அகத்துப்பால்

கோகுலன்

Copyright © Gokulan
All Rights Reserved.

This book has been published with all efforts taken to make the material error-free after the consent of the author. However, the author and the publisher do not assume and hereby disclaim any liability to any party for any loss, damage, or disruption caused by errors or omissions, whether such errors or omissions result from negligence, accident, or any other cause.

While every effort has been made to avoid any mistake or omission, this publication is being sold on the condition and understanding that neither the author nor the publishers or printers would be liable in any manner to any person by reason of any mistake or omission in this publication or for any action taken or omitted to be taken or advice rendered or accepted on the basis of this work. For any defect in printing or binding the publishers will be liable only to replace the defective copy by another copy of this work then available.

என்னை புதுப்பித்த என் யாமினிக்கு அர்ப்பணம்

பொருளடக்கம்

பொருளடக்கம்

முன்னுரை

காதலுக்குள்ளிருக்கும் கதகதப்பும் கண்ணீரும் காமமும் பல
நிரந்தலில் ஓடும். அந்த நிறங்களையும் அதன் நிழல்க-
ளையும் கைக்குள் அடக்கும் முயற்சிதான் அகத்துப்பால்.
காதலருக்கிடையே சொல்லாத வார்த்தைகளும் சொல்லில்
அடங்கா உணர்ச்சிகளும் சிந்தாமல் இந்த கவிதை வரிகளில்
நீங்கள் சுவைக்க செதுக்கியிருக்கின்றேன்.

1. முடியா முத்தம்

கடல் தீர்ந்து கரை கண்ட பின்னும்
கரையாத உன் புன்னகை
இறை சேர்ந்து இருள் அகன்ட பின்னும்
உறையாத உன் வெப்பம் ஏந்தும் உள்ளங்கை
என் பித்தம் துவக்கி பித்தம் முடித்தாய் உன் முத்தத்தில்
என் மொத்தம் உருக்கி சித்தம் துடைத்தாய் இருதய சத்தத்தில்
உன்னை இழைத்து
என்னை விதைத்து
நம்மை வித்திட்டாய்
நின் அன்பின் கதகதப்பில்!
தீர்ந்த வார்த்தை
தீரா மௌனம்
வருடிய தென்றல்
வருடா ஸ்பரிசம்
கவ்விய உதடு
கவ்வா இரவு
நனைந்த மரக்கிளை
நனையா மேகங்கள்
இருண்ட வானம்
இருளுக்கு மட்டும் நிலவு
கலைந்த படுக்கை
கலையா விழிகள்
முடியா முத்தம்
உன் மூச்சுக்காற்றில் சுவாசம்
சுவைத்த மதுரம்

சுவை தேயா எச்சம்
கர்வம் கலைந்த தேகம்
முடிந்தும் கரையா மோகம்
விரல் சிக்கிய கேசம்
முகர்ந்தும் சிக்கா வாசம்
கவிதை சொல்ல நான்
கவிதையோடு என்னையும்
சுவைக்க நீ..
இதுமட்டும் இருந்தால் போதும்
இதிகாசம் பல வெல்லும்
நம் புனிதம்
!

2. வறண்ட பனித்துளி

காய்ந்த கானகம்
தேய்ந்த கடல்
துடிக்கா அலை
விடியா வானம்
மலரா நிலவு
வலரா மேகம்

குளிரா காற்று
குழம்பிய கதிர்
வீசமறுக்கும் தென்றல்
பேசமறுக்கும் கிளிகள்
நேசம் அருக்கும் நட்பு
லேசாய் துடிக்கும் இருதயம்
வெறுமை மிஞ்சிய காகிதம்
எழுத மறந்த விரல்கள்
கனவு மறந்த விழிகள்
பிம்பமில்லா கண்ணாடி
சேரா ராகம்
தேடா குரல்கள்
இருகிய புன்னகை
பருகிய கசப்பு
படபடக்கும் பற்கள்
நுகர்வு மறந்த நாசி
கண்ணீர் பழகிய இமைகள்
உதிரும் நிலையில் உதடுகள்
சாயா தோள்கள்
கால் தடம் படா கடற்கரை
நிழல் தேய்ந்த மரத்தடி
தேசம் துறந்த காகங்கள்
மலர மறந்த மொட்டுகள்
கரைசேரா ஓடம்
கடல்தேடும் மீன்கள்
தொடாத படுக்கை
தொட்டுக்கொண்டிருக்கும் சோகம்

...

...

...

...

...

நீயில்லா பொழுதுகளில்
நானுணர்ந்த உலகம் இது
!

3. இசையின் ஸ்பரிசம்

எனக்கு பிடித்த பாடல்கள்
மொத்தம் விற்றேன்
உன் நொடிக்கணம்
குரல் கேட்க
!

4. நிழலுதிர்த்த நிலவில்

வார்த்தை தோற்கும் கவிதை
எழுத துடிக்கும் மனது
கருத்தில் அடங்காத காதல்
கருத்தை கலங்கடிக்கும் காமம்
கர்வம் அழிந்த நான்
காரண காரணியாய் நீ
காணாமல் போன நொடிகள்

நாணம் அவிழ்க்கும் தாழ்ப்பாள்
காத்திருக்கும் உதடு
விழித்திருக்கும் விரல்கள்
பசித்த இவ்விருளில்...
பருக பல முத்தங்கள்
மட்டும்
!

5. உன் பெயர்

நான் முதலில் கேட்ட
ஒரு சொல் கவிதை
!

6. மனிதத்தின் முதல் சொட்டு

இரவின் இடுக்கில்

இருளின் நடுவில்
இருதய துடிப்பில்
இறை செய்யும் கணத்தில்
நான் ஒழித்த மனதில்
நீ அழித்த பொழுதில்
நாம் செய்யும் காதல்
அன்பை உருக்கி
மனிதம் வளர்க்கும்
புனிதம் அது
!

7. முதல் ஊடல்

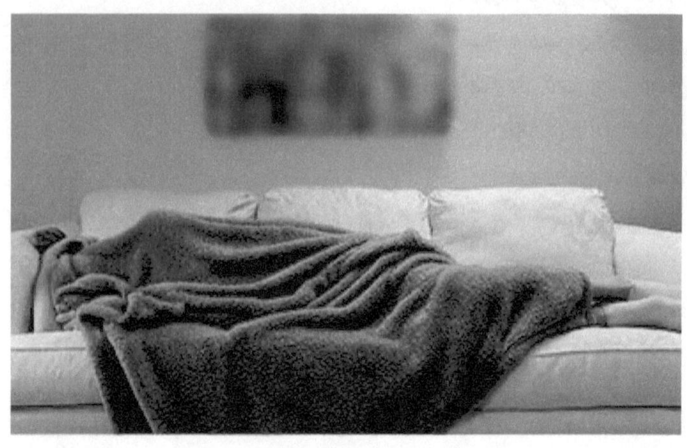

சொல்லாத வார்த்தைகளுடன் நீ
சொல்லியே தீர்க்கும் தீர்க்கத்துடன் நான்
மௌனம் மட்டும் மொழியாய் நாம்!
உடைந்து கிடைக்கும் கைபேசி
உடையா கோபத்துடன் நீ
காரணமறியாத குழப்பத்துடன் நான்
உருதெரியா ஊடலுடன் வாழும் நாம்!
பரிமாறா உணவு
பசி மறந்த வயிறு
பசியுடன் காத்திருக்கும் படுக்கை!
ஆளை உருக்கும் கண்ணீரோடு நீ

மன்னிப்புக்கோரா நான்
கண்ணில் தெரியா முற்களிடையே நாம்!
கவனத்திற்கு அப்பால்
அலறிக்கொண்டிருக்கும் தொலைக்காட்சி
அதை கவனிக்காமல் முறைத்துக்கொண்டிருக்கும் நான்
என்னையே கவனித்துக்கொண்டிருக்கும் நீ!
பேசிக்கொண்டே இருக்கும் மின்விசிறி
பேசாமல் கொள்ளும் நீ
பேசியதை மறந்துதொலைத்த நான்
நிசப்தத்தில் வீடு
...

...

...

கடைசியில்...
காலில் விழும் நான்
கரைந்தும் கனியாத நீ
ஊடல் முடித்த நாம்
!

8. கண்ணீர் கணைகள்

கண்டங்களை மூழ்கடிக்கும்
கணப்பொழுதின் வெள்ளப்பெருக்கு;
கானகம் வெந்து தணியும்
கண்விளிம்பில் வழியும் ஒரு சொட்டு;
கல் தோன்றி மண் தோன்ற காலத்தே...
முன் செய்த மூத்த ஆயுதம்
ஏவுகணை எரிக்கும் பிரம்ம ஆயுதம்

கடவுளையும் சலனமில்லாமல் கொள்ளும்;

கண் சிமிட்டும் மாத்திரையில் கர்வம் கரைக்கும்

நீதிபதியின்றி தீர்ப்பளிக்கும்

இதயம் மட்டும் தனியாக சுடும்

...

...

...

அவளின் கண்ணீர்

!

9. முதல் புன்னகை

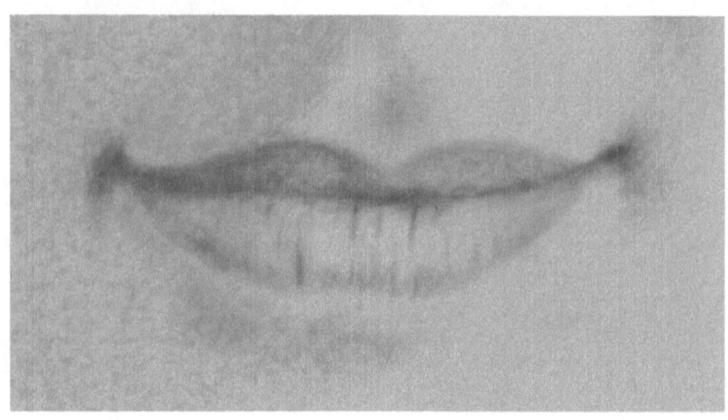

கரை கிட்டாது
அலை நடுவில்
குழப்பத்தில் தொலைந்து
சுயம் இழந்து
சித்தம் சிதைந்து
விழி சுழன்று
வழி மரிய என்னை
மீட்டெடுத்து
மோட்சம் உதித்தது
உன் முதல் புன்னகை
!

10. கொடுக்க மறந்த முத்தம்

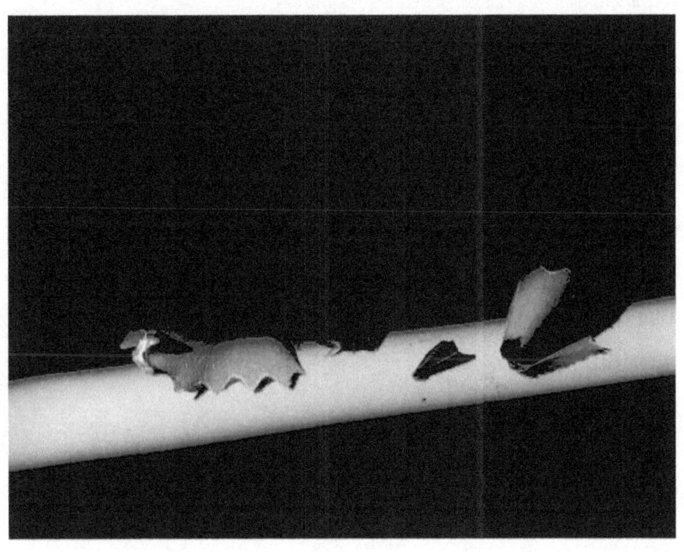

கிழிந்த பஸ் டிக்கெட்;
கசங்கி காய்ந்த மல்லிப்பூ;
கிறுக்கி எறிந்த காகிதம்;
களவாடிய கைக்குட்டை;
காதோரம் நீ சொன்ன வார்த்தைகள் சில;
கனிந்து கசிந்த உன் கண் பார்வை;
உன் சைக்கிளோடு..
சாய்த்து வைத்த என் சைக்கிள்;
கரும்பலகையில் இணைத்து..

எழுதிய நம் பெயர்கள் ;
உன் உயரம் அலக்கையில்..
அழுத்திய சுண்ணக்கட்டி குறி;
யாருமில்லா வகுப்பறையில்..
உயிர்வரை நுகர்ந்த..
உன் துப்பட்டா வாசம்;
குடித்து விட்டு எறிந்த
கோலா பாட்டில்
திருப்பி தராத உன் பேனா
சொல்லாமல் விழுங்கிய..
என் காதல் ;
நரைவிழுந்த பின்னும்..
சிறைவாசம் கொள்ளும்..
என் முதல் காதல்
!

11. பனித்துளிக்குள் பிரளயம்

காடனான என்னை
கவிஞனாக்கினாய்
உன் அழகால்.
மிருகமான மனதை
புனிதமாக்கனாய்
உன் அன்பால்.
உணர்வற்ற உதட்டை
உயிராக்கினாய்
உன் முத்தத்தால்
!

12. இறந்தகால பனித்துளி

ஃபேஸ்புக்கில்
தேடி தேய்ந்தது
உன் பெயர்.
பள்ளிப்பருவ
வாட்ஸாப் குரூப் டிபியில்
பார்த்தே சலவை
போனது உன் பிம்பம்.
இருபத்தியெட்டாவது முறை
கேட்டும், உன்னை பற்றிய
செய்தி சொல்லாத
என் நண்பன்.

விட்ட காதலை
சளைக்காமல்
வருடி பார்க்க
என்னும் அடங்காத
என் மனம்.
வேதாளாமை
திரும்பி
திரும்பி
துரத்தும்
இறக்காமல்
இருக்கும்
இறந்தகால
காதல்
!

13. உயிர் மொட்டு

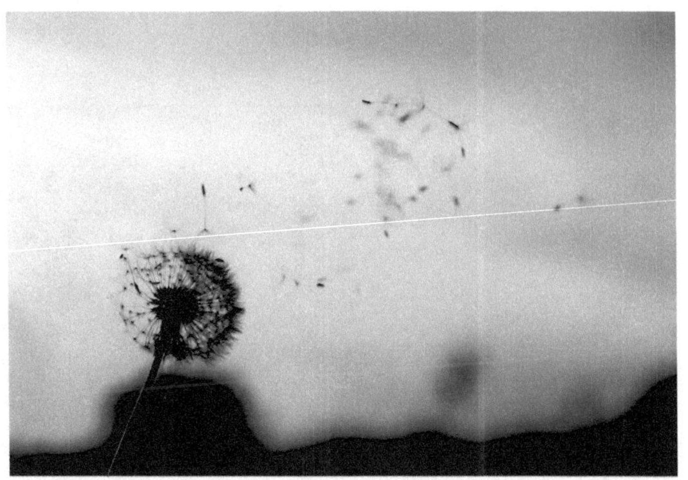

என்
சுவாசத்தின்
சாகா மணம்
நீ
!

14. உயிர்மொழி

கடவுளுடனும்
போரிட்டு
வெல்வேன்

நீ
கிடைய்ப்பாயென்றால்
!

15. கட்டுக்கடங்கா காமம்

நின்ற பகலும் நின்று போனது
நின் மின்னல் விழிகளின் பார்வையால்.
கவ்விய பற்கள் கவிழ்ந்து கிடந்தது
உன் இடையை இருக்கிய கைகலால்.
நிமிர்ந்த நின் பெண்மை நிமிர்ந்து நின்றது
ஸ்பரிசம் பேசிய என் உள்ளங்கை கதகதப்பால்.
இசைந்த இதழ்களில் இதழ் தடவி
பருகா தென் ப்ருகி
இருக்கிய பின்னழகை வேர்போல் ஊடுருவி

உன் பெண்மைக்குள் விழைந்தேன்
ஆண்மையை ஏந்தி.
விரக நடனம் செய்து
உயிரில் உயிரை சேர்த்து
காதல் களி களைந்தோம்
வெட்கத்தை வெகுண்டு விரட்டி
புது உலகம் புகுந்தோம்..
நம்மை புதுப்பித்தோம்
!

16. சுயம் சுட்ட மாற்றம்

களைப்பு கலைந்த காலை
நீ அழித்து
நான் ஒழித்த
நாம்.
பருக காத்திருக்கும் -
தேநீர்.
பருகியும் தாகம் தீரா -
காதல்.
புத்தம் புதிதாய்
பூத்த நம் பார்வை.
மணமுடித்த மறுநாள்

வல இடமாய் சுழலும் பூமி.
கூந்தல் உதிரா மல்லி.
மெல்லிய காய்ச்சலுடன் நீ.
உள்ளங்கையால்
ஒத்தடம் கொடுக்கும் நான்.
மௌனம் பேசும் வார்த்தைகள்.
பாசம் பழகும் காமம்.
தம்பதி நிலை அடைந்தபின்
நம் தன்னிலை சோதிக்கும்
மாற்றம் இவை
!

17. முதல் முத்தம்

என் உதட்டு வரிகளில்
எழுதிய முதல் கவிதை
!

18. பாறை பதத்தில் தோள்கள்

இனி

உன் கண்ணீர் துளிகள்

என் வலு உடைத்த

தோள்களுக்கு மட்டுமே சொந்தம்...

கவலை மூழ்கடிக்கும்

பொழுதில் தோள்சாய

மறவாதே கண்மணியே

!

19. உன் முதல் வார்த்தை

ஒரு
மொழியின்
மொட்டு
!

20. பயணம்

நோக்கம் தவறிய
நாடோடியாய்
என் விழிகள்
உன் முகில்களில்
அலைந்து கொண்டே
நகர்கிறது
!

21. மயக்கம் துறந்த மாலை பொழுது

வாசகன் இல்லா கவிஞன்

திருவிழா இல்லா எல்லைச்சாமி

கடல் சேரா நதி

நதித்தோட ஏங்கும் கடல்

நண்பர்களில்லா தேநீர்க்கடை

தோழிகளற்ற வகுப்பறை

தின்பண்டமற்ற பண்டிகை

சிறுவரணியா சீருடை

மாணவரில்லா மரக்கிளை
வண்டுகளை தேடும் பூக்கொடி
குருடர் மத்தியில் உலக அழகி
வடிக்கையாளரில்லா வங்கிப்பணம்
பாசனமில்லா அணைக்கட்டு
பிடிக்காரரில்லா ஜல்லிக்கட்டு
கிளைதோறும் மரணமற்ற விதைகள்
பசியற்ற ஊரில் விவசாயம்
கோவம் மறந்த ராணுவம்
பிரஜையற்ற தேசம்
திரையில்லா திரையரங்கம்
பெறுநர் குறிப்பிடா கடிதம்
கதகதப்பில்லா காமம்
உணர்வில்லா காதல்
உணர்வை மறந்த தாய்
...

...

...

இது போன்று
நீயின்றி –
அர்த்தமற்ற
மாலை பொழுதில்
உன் நினைவுகளை மட்டும்
இருக்க பிடித்து
நான்
!

22. உயிர்ச்சொல்

உன்
உயிர்தொடும்
வார்த்தை
என் கர்வம் உடைத்தது.
அளந்த வார்த்தை,
கடல் ஆழம் தொடும்
அளக்க இயலா அர்த்தம்.
என்

முதுகு தண்டில்
ஊடுருவி
மெய்யுணர்வை
தட்டி எழுப்பும்
உன்
வார்த்தை
!

23. நாடோடியாய் மனம்

வழிதொலைத்த
வார்த்தை மறந்த
கவிஞன் நான்...
உன் வழிப்பார்வை
சிந்திவிடு
வீடு சேர்வேன்

!

24. ஊடல்

கோபம்
பேசும்
மொழியில்
காதல்
!

25. உன் குரல்

மெல்லிய பனியை
மெல்ல எழுப்பும்
கதிரொலி.
மழைக்குப்பின்

தலைநனைக்கும் மரக்கிளையின்
முதல் சாரல்.
மௌனம் நிறைந்த
குளத்தில்
முதல் சொட்டு
மழை
!

26. திருடிய பொழுதில்

இதழ் உரிந்த
முத்தம்.
நா சுவைத்த
அமுத.
தோல் பகிர்ந்த
வெப்பம்.
இல்லாது இழைந்த
இன்பம்.
இவை மட்டும்
போதும்...
...
...

...

உன்னை

என்னுள்

திருட

!

27. இதழ் மேல் தூறல்

• 47 •

குருக்கிய இதழிலிருந்து
குருக்கா ஆழத்தில்
பருகினேன்
அகம் கரைக்கும்
உன்
முதல் முத்தத்தை

!

அகத்துப்பால்

28. காதலின் அகம்

இதழ் பிரியா
முத்தத்தில்
அகம் உதிரா
அகத்தில்
நிழல் பகிரா
தருணத்தில்
ஒளிந்துள்ளது...
காமம் பிசைந்த
நம் காதல்
!

29. அகம் இனியாள்

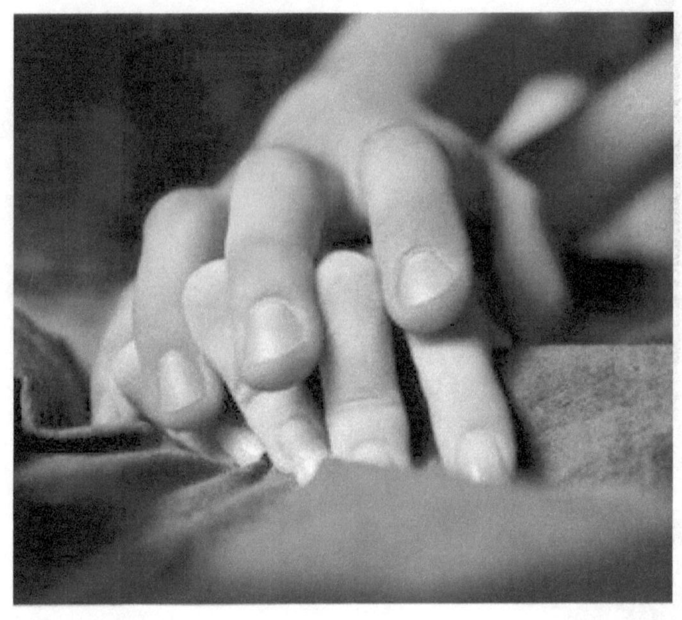

சிறு மழையில் நனைந்த
மல்லிகை
மொட்டு நீ.
உதிரம் பகிர்ந்த
உறவு நீ.
தயக்கம் தளர்ந்த
பகிர்வு நீ.
மயக்கம் வளர்த்த

களர்ச்சி நீ.
என் இதயம் நனைக்கும்
குருதி நீ
கண்மணி
!

30. ஒற்றை கவிஞன்

வழியெங்கும் விழிதேடும்
மனதோடு பேசும்
சில நினைவுகள்.
கவிசேர பதம்தேடும்
நினைவோடு உறவாடும்
சில நொடிகள்.
இவை மட்டும் நிறைந்த
காலி சட்டையையுடன்
தடம் தவறி
ரசிகர் தேடி

நடை போடும்
ஒற்றை கவிஞன் நான்.
கருவாட்டு சந்தையில்
கவிதை விற்று விறைந்தவன்
நெருப்பிடையில்
எரிந்த பின்னும்
புதுப்பொலிவுடன்
பறக்கும் பறவை நான்.
!

31. நுனி நாக்குச்சாராயம்

போதையின் முதல் ஸ்பரிசம்,என் நாக்கு நுனியில்.
இருப்பதை மறக்க...
இல்லாததை துறக்க...
அங்கிங்கெனாதபடி எங்கும் பறக்க...
மன்னில் பாதைகள் புதைக்க கால்கள் பயணிக்க...
விரிந்த அண்டத்தை ஒருச்சொட்டு அர்த்தத்தில் அடக்க...
உன்னை தொலைத்து உன் சுயம் அரிய...
இல்லாமையால் இல்லாமையை அழிக்க...
அவன் படைத்த கருவி இந்த நுனி நாக்குச்சாராயம்;
சுயம் இழக்கும் மரபை ஒளித்திருக்கும் இதன் காரணம்...
சுயம் துறந்து சுயம் காணத்தான்
!

32. இரவின் இடுக்கில்

இரவின் இடுக்கில்
என் நிழலுடன் மட்டும் நான்!
சில பழைய பாடல்களும்
தலையணை கதகதப்பும்
மிச்சம் நிறைந்த இருட்டினிடையே..
பழகிப்போன
தனிமை பழகாமல்
இருக்கும் வெறுமை;
காந்தமாய் ஓட்டும்
கற்பனை படிமங்கள் மட்டும்
என் விரலிடுக்கில்;
நீங்கா இருட்டின்

சில ஓசைகள்
என் காதருகில்;
விடியலைத்தேடி
விரைந்து கொண்டிருக்கும் இரவில்
விரையாதிருக்கும்
என் கனவுக்களுக்கு மட்டும் தெரியும்
நீ இல்லாத
இரவின் கணம்
என்னவென்று
!

33. அதற்கும் அப்பால்

நாம் இணைகள்;
விதியால் அல்ல
விருப்பத்தால்..
சுவாசம் பகிர்ந்தோம்
உயிரை
உச்சிமுகர்ந்து எழுப்பினோம்..
வறுமையில்
கடைசிபிடி சோற்றை
ஒருவருக்கொருவர்
விட்டுக்கொடுத்தோம்..

தனிமையில்

நம் நிழலுக்கும்

இடைவெளி கொடுத்தோம்..

உன் கடைசி

துளி கண்ணீரை

தொடாமல் விட்டாய்

என் விரல்கள் அதை

தொட்டு துடைக்க..

இன்மையில் வாழ்வு

இன்மையில் இருப்பு

இன்மையில் அன்பு

நம்மிடையில்

இன்மையிலேயே சர்வமும்..

நிழலுதிர்த்து காதல் கொண்டோம்

கடவுளை கிட்டத்தில் உணர்ந்தோம்

கர்வம் துறந்து அன்பை பகிர்ந்தோம்

ஆத்ம நிலை அடைந்தோம்..

நம்மின்

மனிதப்பிழை களைந்தோம்

பொறுமை துணை கொண்டோம்..

நள்ளிரவில் நடுங்கும் தோள்களை

அன்பின் கதகதப்பில் கவர்ந்தோம்

நித்திரை வளர்த்தோம்..

இக்கணத்தில் இனிமையில் திலைத்தோம்

இருவரின் இடை நிழலில்

சிந்தனை;

கனவு;

காற்றடை பைக்கும்
அப்பால்
இணை சேர்ந்தோம்
சுய அடையாளம்
அழித்தோம்
!